SAFARI YA MAMBOSASA

MUNGAI MUTONYA

Kilele Publications & Productions Ltd.

Kimetolewa na
Kilele Publications & Productions Ltd.
S.L.P. 52045-00100
Nairobi, Kenya.
kilele.publications@gmail.com

Copyright © 2012 Mungai Mutonya

ISBN-13: 978-9966-1516-2-9

Toleo la Kwanza 2012

Haki zote zimehifadhiwa. Hairuhisiwi kuiga, kunakili, kupigisha chapa, kutafsiri au kutoa kitabu hiki kwa njia yoyote ile bila idhini, kwa maandishi, kutoka kwa Kilele Publications & Productions Ltd. (*All rights reserved.*)

Michoro: Michael Mungai (Bwana Mdogo)

Kwa
watoto na vijana
wanafunzi na walimu
na wote wanaosafiri safari za kujitambua.

ASANTENI SANA

Wanafunzi wangu wa Kiswahili
Wazazi wangu wapendwa Jeremiah na Rebecca Mutonya
Mke wangu mpendwa Laurah na watoto wetu Kevin Mwariri na Eddie Mutonya
Asanteni nyote kwa upendo, ushauri, na uvumilivu wenu.
Walimu stadi wa watoto Beatrice Mureithi na Susan Mutonya
Ndugu zangu Njuguna, Kamau, Maina, na Machira
Mawazo yenu nyote yalichangia kuiboresha hadithi.

1 MJI WA AMU

Kisiwa cha Wamu ni kisiwa kidogo.

Kisiwa hiki hakina watu wengi sana.

Lakini kina watu kutoka mataifa mbalimbali.

Kuna watu kutoka makabila mbalimbali.

Kuna watu wanaofuata dini tofauti.

Na kuna watu wanaosema Kiswahili na lugha zingine nyingi.

Watu wa Wamu wanaishi kwa furaha na kwa amani.

Wanaziheshimu lugha zote.

Wanaziheshimu dini zote.

Na wanayaheshimu makabila yote.

Mji mkuu wa kisiwa cha Wamu unaitwa Amu.

Amu ni mji wa zamani na wa kupendeza.

Wageni wengi wanatembelea Amu.

Wanakuja kujionea majumba ya zamani.

Wanakuja kujionea milango maridadi ya Amu.

Na wanakuja kufurahia maisha ya mji usiokuwa na magari.

Hakuna magari kisiwani.

Punda huwabeba wenyeji na wageni wa Amu.

Wakubwa kwa wadogo, wanene kwa wembamba, vijana kwa wazee, wanawake kwa wanaume, wote wanatumia punda kwa usafiri wao.

Kwenda na kurudi sokoni.

Kwenda na kurudi dukani.

Kwenda na kurudi hotelini.

Kwenda na kurudi baharini.

Na hata kwenda na kurudi hospitalini.

Punda hutumiwa badala ya magari.

Punda hutumika badala ya matatu na mabasi.

Pia punda hutumika badala ya *tuk tuk* na *boda boda*.

Kuna punda wengi sana mjini Amu.

Kuna punda wanono na waliokonda.

Kuna punda watoto na punda wazee.

Kuna punda wenye bidii na wale wavivu.

Hao wavivu hawapendi kufanya kazi.

Hawaipendi kazi ya kuchosha.

Kazi wanaoipenda zaidi ni ya kuota ndoto za maisha ya anasa.

Wanapenda kuishi maisha ya kula na kulala tu.

Wanapenda kuishi maisha ya kucheza na kupumzika bila kufanya kazi.

2 MTEMBEZI

Mtembezi ndiye punda mashuhuri zaidi mjini Amu.

Ana marafiki wengi sana.

Marafiki zake wanampenda sana.

Wanaipenda sauti yake nyororo.

Wanaipenda ngozi yake nyororo na ya rangi ya kijivu.

Macho yake ya gololi yanametameta.

Masikio yake si makubwa na si madogo.

Miguu yake ni imara na yenye nguvu.

Mtembezi ana roho safi na ni mkarimu.

Anapenda kuwasaidia punda wenzake.

Anafanya kazi kwa bidii.

Na baada ya kazi anapenda kupumzika na marafiki zake.

Wanachezacheza na kufurahi.

Wanakimbizana barabarani.

Wanakimbizana viwanjani.

Na wanakimbizana hata ufuoni.

Wanarusharusha mateke hewani kama wanakarate.

Wanakimbia mchangani na kujichafua.

Wanakimbia baharini na kurukia mawimbini.

Baadaye wanakula na kupumzika.

Wanafurahia maisha ya kisiwa cha Wamu.

3 HOTELI YA PEPONI

Mtembezi ni punda mwenye mawazo mengi.

Pia ana ndoto nyingi.

Anapenda kujua mambo mengi.

Anapenda kuwasimulia marafiki zake hadithi.

Anawasimulia hadithi kuhusu punda wengine kutoka sehemu tofauti.

Anawasimulia hadithi kuhusu punda wa mijini.

Anawasimulia hadithi kuhusu punda wa milimani na mabondeni.

Na anawasimulia hadithi kuhusu punda wa ziwani na jangwani.

Nje ya hoteli inaitwa Peponi ndipo huwasimulia hadithi hizi

Peponi ni hoteli mashuhuri zaidi kisiwani Wamu.

Ni hoteli maridadi na ya kupendeza sana.

Iko karibu na bahari.

Ina vitu vingi vya kitamaduni na vya kistarehe.

Kuna uwanja wa hoteli wa kupendeza wenye bustani nyingi ndogo.

Bustani zimepandwa maua aina tofauti.

Bustani zina vidimbwi vidogo.

Kuna samaki wa rangi tofauti ndani ya vidibwi hivi.

Pia Peponi ina vidibwi vya kuogelea.

Ina viwanja vya kuchezea soka, voliboli, na tenisi.

Na kuna vyumba vya kunyoosha misuli.

Chakula cha Kiamu kinawavutia wageni wa Peponi.

Wanauza samaki wa kupakwa, pweza, na hata tewa.

Wanapika pilau, wali wa nazi, na vilevile biriyani

Chapati, mahamri, samosa, haluwa, na vitafunio vinasifika kisiwani.

Kahawa chungu, saladi za matunda ya kipwani, maji ya ukwaju, na vinywaji vingine vya kuchangamsha huwaburudisha wateja.

Wenyeji na wageni wanapenda kula chakula Peponi.

Wageni wengi wanakaa Peponi.

Hoteli ina vyumba vingi vya kukodisha.

Bwana Gogo alikuwa mwenye hoteli ya Peponi.

Alimnunua Mtembezi kutoka shamba la Mzee Abu.

Alikuwa amezoea kufanya kazi kwa bidii.

Kazi ya kubeba mizigo.

Mjini Amu aliwabeba wageni waliokaa hotelini.

Aliwabeba wageni kuona sehemu za kisiwa.

Aliwapeleka kuogelea baharini.

Aliwabeba kwenda kupanda jahazi na pia kuwaona pomboo.

4 NDOTO YA MAMBOSASA

Mtembezi aliwasikia wageni wakiongea kuhusu Mambosasa.

Mtembezi aliwaambia marafiki zake hadithi hizo.

Wageni wengi walitoka mji wa Mambosasa.

Walisema mambo mazuri kuhusu Mambosasa.

Eti Mambosasa ni mji mkubwa.

Ni mji mkubwa sana kuliko mji wa Amu.

Eti kuna magari mengi na makubwa sana.

Kuna mahoteli mengi ya kifahari na maridadi sana.

Watu wengi wanatembelea Mambosasa kupumzika.

Eti Mambosasa unapapasa.

Eti ni rahisi kuingia Mambosasa lakini vigumu kutoka.

Pia kuna magari makubwa ya kuwabeba watu yenye majina tofauti:

    Mambosasa Raha

    Mambosasa Hewa

    Mambosasa Pwani

    Mambosasa Paradiso

Mtembezi alifikiria:

    Kuna magari mengi ya kuwabeba watu.

    Kuna magari mengi mjini.

    Kuna mahoteli makubwa ya kifahari.

    Eti mambosasa inapapasa.

    Kuingia mjini ni rahisi lakini kutoka ni vigumu.

    Je, punda wa Mambosasa wanafanya kazi gani?

Pengine wanaishi kama binadamu.

Mtembezi alitamani kutembelea Mambosasa.

Aliwaambia hivyo marafiki zake.

Walicheka, wakacheka na wakamcheka zaidi. Hadi mbavu zikawauma.

Lakini Mtembezi hakufa moyo.

Wiki zilizofuata aliwapeleka wageni kuona pomboo.

Aliwauliza pomboo kuhusu Mambosasa.

Pomboo wanasifiri sana na wanajua mambo mengi sana. Mtembezi alifikiri.

Walimwambia ni kweli Mambosasa ni mji mkubwa.

Una mahoteli mengi na makubwa.

Una pia meli kubwakubwa.

Lakini walisema Amu ni mji wa kipekee.

Una utamaduni wa kipekee.

Na una maisha mazuri na ya kipekee.

Lakini Mtembezi alitamani sana kwenda.

Alitamani kupapaswa misuli yake.

Alitamani kupumzika na kuishi raha mustarehe.

Aliamini huko ataishi maisha kama wageni wa Bwana Gogo.

5 SAFARI YA MAMBOSASA

Mtembezi aliamua kwenda Mambosasa.

Marafiki walijaribu kumfanya abadilishe nia yake.

Walimwambia kuwa safari ni ndefu sana.

Kwamba hawajui punda wengine huko.

Kwamba maisha ya punda ni tofauti na ya watu.

Kwamba atapotea njiani.

Kwamba atapata shida nyingi huko.

Lakini Mtembezi hakubadilisha nia.

Mtembezi alipanga mpango kamili wa kwenda.

Siku ya safari ilifika.

Usiku marafiki walimsaidia kupanda mashua na kuanza safari.

Walimuaga kwa huzuni nyingi.

Mashua ilianza safari na kutoweka gizani.

Mtembezi hakujua kuendesha mashua.

Alijaribu mbinu zote.

Lakini mashua ilienda huku na kule.

Alichoka sana.

Akalala na akatumaini mashua itampeleka ng'ambo ya kisiwa.

Aliota ndoto ya Mambosasa:

Kuishi maisha kama Bwana Gogo na wageni wake.

Kuishi kama binadamu.

Kuachana na maisha ya punda.

Kubebwa na magari.

Kula na kulala hotelini.

Kupapaswa misuli.

Kuonja raha ya Mambosasa.

Mambosasa Raha.

Hodi hodi Mambosasa!

Mkaribishe mheshimiwa Bwana Mtembezi!

Ghafla akaamshwa na sauti kubwa ya ngurumo za radi.

BBBBUUUUMMM BBBBUUUUMMM!!!!

Umeme ukapasua mbingu.

KKKKWWWWAAAAPPPP !!

Radi na umeme zikapiga.

BBBBUUUUMMM BBBBUUUUMMM!!!!

KKKKWWWWAAAAPPPP!!

Upepo mkali ukavuma.

VVVUUUUUUUUUUUUMMMM!!!

Mvua kubwa ikanyesha.

Ikanyesha na kunyesha bila kikomo.

Mashua ikapata maji mengi ya mvua na ya bahari.

Mashua ikaanza kuyumbayumba.

Ikayumba huku na kule.

Mawimbi makubwa yakapiga mashua.

Mashua ikapanda na kushuka.

Ikashuka na kupanda tena na tena.

Mara wimbi kubwa likapiga.

NNNGGGUUUMMM!

Mashua ikavunjika.
KKWWWWAAA!!
Ikaanza kuzama.
ZZZWWWiiiiiiiiiiiiiiiiiiiiiiiiiiiiiiiiiiiiiiiii.

6 POMBOO

Mtembezi akaogelea na kuogelea.

Mawimbi yalikuwa makubwa sana.

Maji ya chumvi yakaingia machoni na mapuani.

Akakohoa.

Akatema.

Akakohoa na kuhema.

Akaogelea na kuogelea.

Lakini miguu ikachoka sana.

Akataka kupumzika.

Lakini mvua ikaendelea kunyesha.

Mawimbi yakampiga kwa nguvu zaidi.

Akashindwa kuogelea zaidi.

Akafunga macho na kuomba.

Akaomba sana aokolewa kutoka hatari.

Akafikiri juu ya marafiki zake na ndoto yake ya Mambosasa.

Akasikia anaanza kutoka chini ya maji na kupandishwa juu kwa haraka.

Usiku ule pomboo walikuwa karibu na hoteli ya Peponi.

Kama kawaida walikaa hapa jioni kula samaki.

Lakini usiku ule waliona maajabu.

Walimwona Mtembezi akisaidiwa na punda wenzake kuingia baharini usiku.

Walimfuata polepole.

Hawajawahi kumwona punda baharini.

Lakini walijua Mtembezi si punda wa kawaida.

Alikuwa na ndoto nyingi na mawazo mengi.

Pia alipenda kuuliza maswali mengi kuhusu Mambosasa.

Wakaendelea kumfuata.

Wakamfuata kwa muda.

Wakaona vile alipata shida ya kuendesha mashua.

Wakamfuata tu.

Lakini mawimbi yalikuwa makubwa na mvua ilikuwa kubwa na hawakumwona tena.

Wakaendelea kumtafuta na waliona kipande cha mashua .

Wakamtafuta na wakamwona.

Wakambeba na kumfikisha ng'ambo.

7 SAFARI INAENDELEA

Mtembezi aliamka asubuhi iliyofuata.

Hakutambua yuko wapi.

Alikuwa na njaa na alikuwa amechoka sana.

Alikuwa amelala karibu na bahari lakini hakuiona hoteli ya Peponi.

Akauona mji ng'ambo na akaikumbuka safari yake.

Akala majani na matunda na akaendelea na safari.

Kwa siku nyingi Mtembezi alitembea na kutembea.

Akapita vijiji vidogo na vikubwa.

Akaipita miji midogo na mikubwa.

Akavuka mito na mabonde.

Akapitia mashambani na viwanjani.

Akapitia vichakani na misituni.

Akafukuzwa na watu na wanyama.

Lakini alitamani kufika Mambosasa.

Akapita maneo ya Lindi, Lifi, Twapa, na Chewa.

Mwishowe akafurahi kuona kibao cha barabarani kilichoandikwa:

KARIBU MAMBOSASA

8 MJINI MAMBOSASA

Mtembezi alikuwa amechoka sana.

Alikuwa na njaa sana na kulikuwa jioni.

Akajaribu kuingia hoteli ya Mchanga Mweupe.

Bawabu hakumfungulia lango.

Akaaribu kuingia hoteli ya Paradiso.

Wakamfukuza.

Akajaribu mahoteli yalioitwa Wasafiri, Kilele, na Erena wakataka kumnyoa bila maji.

Akaamua kwenda mjini kwenyewe.

Akaona kobe na kiboko wenye urafiki mkubwa.

Akakumbuka urafiki wake na pomboo.

Akavuka daraja kubwa.

Kweli Mambosasa ulikuwa mkubwa.

Giza lilikuwa linaingia.

Lakini mataa ya mji yalimetameta na kuung'arisha mji.

Akaingia hoteli inayoitwa Kasri.

"Hujambo bibi! Je, una chumba cha mtu mmoja"

"Naam, tuna vyumba kwa wageni."

"Je, vyumba vyenu vina nini?"

"Vina bafu, choo, maji moto, simu, kompyuta, televisheni, na kadhalika."

"Na chakula…?"

"Mkahawa uko ghorofa ya pili na bado umefungulia."

"Vyema. Nitachukua chumba kimoja."

"Utakaa nasi kwa siku ngapi?" Mhudumu alimuuliza.

"Wiki moja hivi. Nimekuja kufurahia Mambosasa." Mtembezi akajibu.

"Haya ni shilingi elfu tatu kila siku."

"Eti nini?"

"Shilingi elfu tatu!"

"Hiyo ni nini?"

"Pesa, bila shaka. Ulipe shilingi elfu tatu."

"Sina pesa."

"Kama huna pesa huwezi kukaa hapa hotelini."

Mtembezi akafukuzwa hotelini. Akajaribu tena na tena.

Lakini bila pesa hakupata chumba.

Usiku wake wa kwanza mjini Mtembezi alilala njaa karibu na pipa la takataka.

9 KULA USHIBE

Asubuhi akaamshwa na mgurumo wa malori ya kubeba takataka.

Akatafuta mkahawa uliofunguliwa lakini ilikuwa mapema sana.

Akatembea mjini.

Akaona magari mengi na majumba marefu.

Akaona pembe kubwa sana na akashangaa.

Huyu mnyama alikuwa jitu. Ninatumaini hakuna majitu hapa mjini. Ninaogopa majitu.

Akatembea na kuona mtaa uliofanana na Amu.

Ulikuwa mji wa kale kama Amu.

Barabara nyembamba, muziki, na harufu ya vyakula zote zilimkumbusha Amu.

Aliona mkahawa unaitwa KULA USHIBE na akaingia na kuketi.

"Ungependa kuagiza nini?" Weita akamuuliza.

"Mnauza nini?"

"Tuna pilau na nyama ya kuku, nyama ya ng'ombe, nyama ya…"

Roho alimchafuka Mtembezi kufikiria nyama ya wanyama wenzake.

"Mzima? Wewe mgonjwa?" Weita akamuuliza.

"Eeeeh. Mimi mzima. Unauza mboga?"

"Tuna mchicha, sukuma wiki, saladi, na kachumbari."

Mtembezi akaagiza mboga zote. Akala kwa haraka..

"Umekula haraka mno. Umeshiba?" Weita akamuuliza.

"Bado sijashiba. Niletee kingine." Mtembezi akajibu.

Akala sahani nyingine na nyingine ya mboga.

Aliposhiba akasimama kuondoka.

"Hei, bwana. Bili yako ndiyo hii. Hujalipa." Weita akamwambia.

"Mimi sina pesa. Mimi ni punda na sina…"

Salala! Weita akakasirika na kumgombeza Mtembezi.

Akataka kumfungia jikoni achonge viazi lakini Mtembezi alikataa.

Wapishi wakatoka na kuanza kumpiga Mtembezi kwa sufuria, vijiko, na sahani.

Mtembezi akatoka kwa haraka.

Akavuka barabara kubwa na akagongwa mguu na matatu.

Mtembezi alikimbia hadi akaona kiwanja akapumzika. Akalala.

Alipoamka alisikia maumivu ya mguu.

Akatafuta hospitali na kuingia.

Nesi akamkaribisha na kumpima joto la mwili.

Akampima uzito na mpigo wa moyo.

Baadaye daktari akafika na kumwangalia jeraha.

Alipigwa sindano na akapewa dawa ya maumivu.

"Kumbuka kupata sindano zote muhimu ili kuepuka magonjwa. Pia Mambosasa kuna malaria kwa hivyo utumie nyavu za kujikinga mbu unapolala." Daktari alimshauri.

"Na uangalie kushoto, kulia, na kushoto tena kabla ya kuvuka barabara."

Daktari aliendelea.

Mtembezi alihofu atauulizwa kulipa lakini hakuulizwa.

Pengine ni hoteli na mikahawa tu inauliza pesa.

Hakufahamu kwa nini watu wanaulizia pesa.

Pesa ni nini?

Kwa nini pesa ni muhimu?

Mtembezi alishangaa.

10 KIBANDANI

Baada ya kutembeatembea na kujionea mji, Mtembezi alifurahi sana.

Akaona watu kiwanjani wakipiga kitu kama yai jeupe na vijiti.

Walipolipiga yai ndani ya shimo walifurahi sana.

Hakufahamu kwa nini lakini walionekana kufurahi.

Akaona meli kubwa baharini.

Akaona watu wengi sana na magari mengi sana.

Baadaye akaona kibanda karibu na bahari.

Kulikuwa na ndizi, mboga, karoti, na matunda.

Akameza mate.

Tumbo likanguruma.

Akakaribia na hakumwona mtu ye yote karibu.

Akafikiri ni ukarimu wa mji wa Mambosasa.

Pengine ni matunda kwa ajili ya kumaliza njaa mjini Mambosasa.

Kweli Mambosasa inapapasa.

Akaonja ndizi moja.

 Hmmmmmm! Tamu kweli.

Akala lingine.

Hmmmm mhmm mhmm! Ni tamu ajabu.

Na lingine.

Akajaribu matunda na mboga.

Hmmm! Hii ni raha tupu.

Ghafla akasikia sauti kali na viboko mgongoni.

"Hei, punda mwizi!" Mwenye kibanda akampiga Mtembezi.

Akamshika na kumfunga karibu na mti.

"Umeharibu biashara yangu. Punda mwizi. Utakiona."

Mtembezi hakujua kwa nini mtu huyu alikuwa mkali hivyo.

Kwa nini alimpiga na kumfunga?

Kwa siku kadha mwenye kibanda alimpeleka nyumbani na soko kubwa lilitwa Maembe

Tayari kubeba mizigo mizito sana.

Alichoka sana na alikuwa na njaa sana.

Alilala nje na kuumwa sana na mbu

11 KIMA

Mtembezi hakufurahia maisha haya.

Alitamani kurudi Amu lakini kila wakati alikuwa amefungwa kwa kamba.

Alitaka kurudi Amu kuishi na marafiki zake.

Akakumbuka watu wa hotelini.

Akakumbuka alipigwa na wapishi mkahawani.

Akakumbuka aligongwa na gari akitoroka.

Sasa alipigwa na mwenye kibanda na anafanya kazi nzito sana bila kupewa chakula.

Maisha magumu na mabaya haya.

"*Hi hoo*! *Hi hoo*! Ningependa kurudi kwetu." Akalia.

Akalia sana.

Kima alikuwa juu ya mti na alimsikia.

"Punda kwa nini unalia?" Kima akamuuliza.

"Kima nimepata bahati mbaya hapa Mambosasa. Ninateseka.

Ninataka kurudi kwetu. *Hi hoo*! *Hi Hoo*!"

"Hei wacha kulia kama mtoto mchanga. Kwenu ni wapi?"

"Amu. Sitaki kuwa binadamu mimi. Sitaki maisha ya anasa."

"Eti kuwa binadamu? Unataka kuwa binadamu?"

Mtembezi akamweleza kuhusu maisha yake ya Amu na ndoto yake.

Akamwambia kuhusu safari yake kutoka Amu.

Akamwambia kuhusu hoteli, kuhusu mkahawa KULA USHIBE, kuhusu ajali ya gari, na kuhusu mwenye kibanda.

Kima akamcheka na kumcheka. Akacheka zaidi.

"Badala ya kunisaidia ni kucheka tu bure!"

"Sikiza punda. Hakuna mtu mwingine anaweza kukusaidia.

Ni wewe tu unaweza kujisaidia.

Makosa makubwa kujaribu kuwa kiumbe mwingine.

Wewe ni punda na huwezi kuwa kima au binadamu.

Binadamu hawezi kuwa kima na kima hawezi kuwa punda.

Sisi sote ni viumbe tofauti.

Kila mmoja ana nguvu sana na nafasi zake za kipekee hapa duniani.

Jivunie kuwa punda.

Usijaribu kuwa kitu kingine.

Mimi ninajivunia kuwa kima.

Hakuna kiumbe bora kuliko mimi.

Na wewe pia jivunie kuwa punda.

Jivunie mji wako. Jivunie kazi yako.

Jivunie jamaa yako. Jivunie maisha yako."

"Sasa utanisaidia nirudi kwetu?" Mtembezi aliuliza.

"Ikiwa utaniahidi kuwa unajivunia kuwa punda na utaendelea kujivunia nitakusaidia. Sema NINAJIVUNIA KUWA PUNDA!"

"Ninajivunia kuwa punda."

"Kwa nguvu zaidi kama kweli unaamini." Kima akamwamuru.

"Ninajivunia kuwa punda." Mtembezi akasema kwa sauti.

"Ninajivunia kuwa punda. Na sitaki kuwa binadamu."

"Ninajivunia kuwa punda. Na sitaki kuwa binadamu. *Hi hoo! Hi Hoo! Hi Hoo!*"

Mtembezi akasema na kuyarusha mateke.

Akasema hivyo kwa mara nyingi hadi ukawa kama wimbo.

"Ninaamini umepona ugonjwa wako wa kujidharau na kuyadharau maisha yako.

Nikikufungua ukimbie kama Wakenya kwenye mashindano ya Olimpiki.

12 MTEMBEZI ARUDI

Kima alimfungua Mtembezi.

Mara mwenye kibanda akafika.

Akajaribu kumshika Mtembezi lakini akapata mateke mawili na akaanguka.

Watu wengine wakajaribu kumshika lakini akatoroka.

Mtembezi alikimbia bila kupumzika.

Alipata nguvu mpya.

Alisikia wimbo mpya kichwani

"Ninajivunia kuwa punda. *Hi Hoo! Hi Hoo!*

Sitaki kuwa binadamu. *Hi Hoo! Hi Hoo!*"

Akakimbia na kukimbia.

Akapita miji midogo na mikubwa.

Akapita mashambani na viwanjani.

Alifika ng'ambo ya Amu.

Akatoa sauti kubwa mara nyingi.

Aliimba wimbo wake kwa sauti.

Pomboo walimsikia na walimsaidia kuvuka.

Alifika usiku na aliwapata marafiki zake pale alipowaacha mara ya mwisho.

"Nimerudi, nimerudi." Mtembezi aliita.

"Nyamaza." Mmoja alisema.

"Wacha kelele." Mwingine akaongezea.

"Urudi usirudi yanatuhusu nini?"

"Marafiki zangu, ni mimi Mtembezi." Akajitambulisha.

"Sshhh! Tunajaribu kulala."

"Usiseme jina hilo unatuongezea huzuni."

"Nimerudi kutoka Mambosasa." Mtembezi akasema kwa furaha.

"MAMBOSASA?"

"MTE-MBEZI!"

"Haiyaaa! Mtembezi umerudi?" Waliamka na kukumbatiana.

Wakafurahi, wakacheka, na wakarusha mateke.

Wakaangushana na kurukaruka kwa furaha.

Baadaye akawaambia hadithi ya safari ya Mambosasa.

Akawaambia kuhusu vituko mahotelini.

Akawaambia yaliyompata mkahawani, hospitalini, na sokoni.

Pia akawaambia kuhusu rafiki yake mpya: kima.

Kisha akawaambia kuhusu funzo lake na wimbo mpya:

"Ninajivunia kuwa punda. *Hi Hoo! Hi Hoo*!

Sitaki kuwa binadamu. *Hi Hoo! Hi Hoo!*"

❖

Wote wakaimba kwa furaha.

Mtembezi akaishi Amu kwa furaha.

Akajivunia maisha yake.

Akajivunia mji wake.

Alikuwa punda mpya.

MWISHO

KUHUSU MWANDISHI

Dkt. Mungai Mutonya anafundisha Kiswahili, Isimujamii, na Masomo ya Kiafrika katika Chuo Kikuu cha Washington Mjini St. Louis, Marekani. Amewahi kufundisha Kiswahili katika Chuo Kikuu cha Jimbo la Michigan, Chuo Kikuu cha Nairobi, na shule za upili mbalimbali nchini Kenya. Alizipata digrii zake za B.A. (Kiswahili na Elimu ya Siasa) na M.A. (Kiswahili) kutoka Chuo Kikuu cha Nairobi; na M.A. na Ph.D. (Isimu) kutoka Chuo Kikuu cha Jimbo la Michigan. Alisomea shule za Gatura, Kimilili, Naitiri, na St. Mary's, Yala. Tamthilia yake ya kwanza, *Mnada wa Sokomoko*, ilichapishwa na The Jomo Kenyatta Foundation. Tamthilia ya pili, *Mitumba*, na hadithi zingine katika msururu wa *Punda Mjini* zitachapishwa hivi karibuni.

www.ingramcontent.com/pod-product-compliance
Lightning Source LLC
Chambersburg PA
CBHW041534040426
42446CB00002B/83

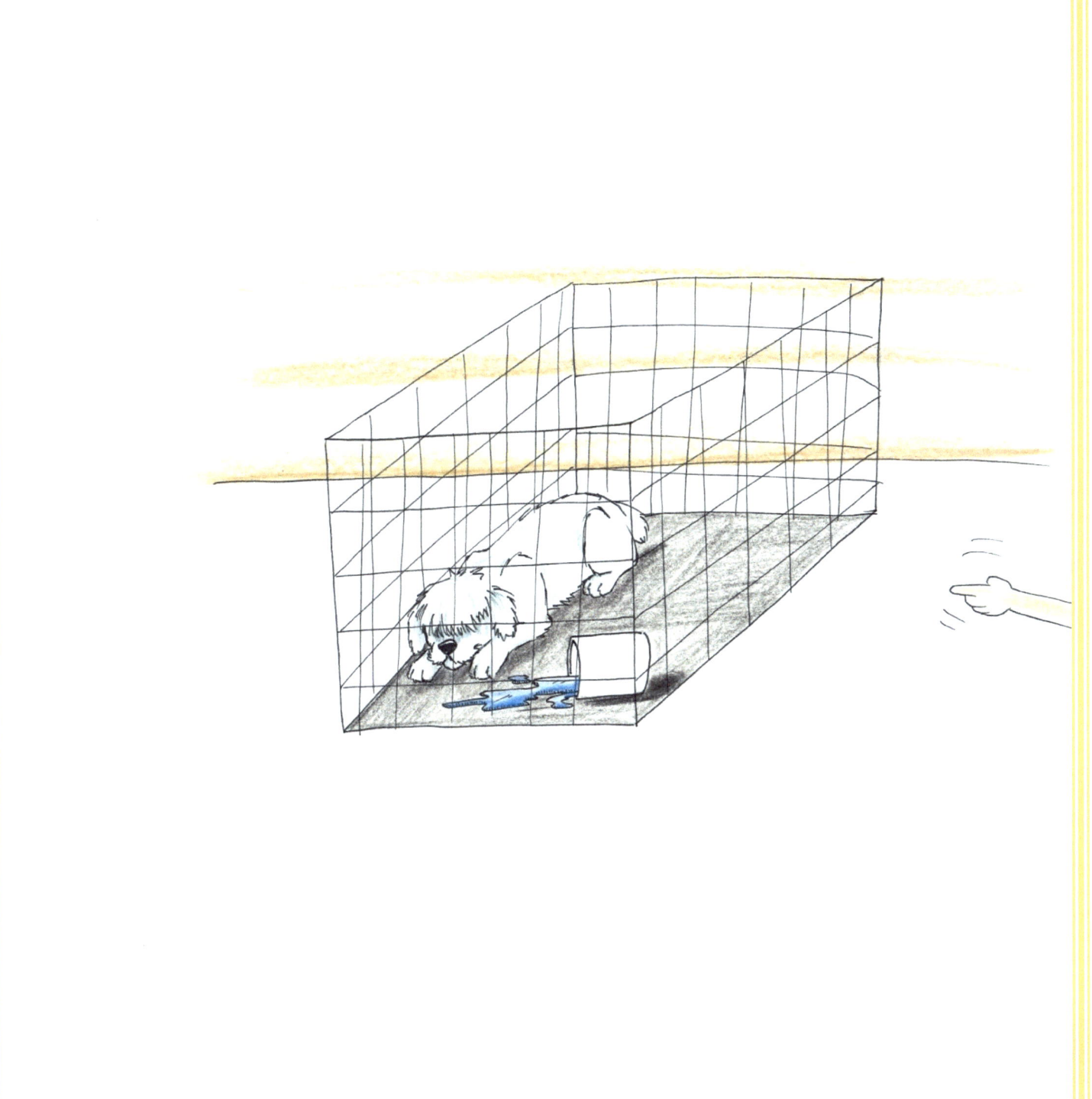

"Mommy, I want to pet him. Maybe that would make him feel better."

The dog's caretaker tells Nicky to walk over to the cage very slowly, use a nice voice, and be gentle.

It was found that the #1 reason dogs are brought to animal shelters is the owners moving.

The little white dog looks up as Nicky reaches out his hand. Nicky wants to pet him but makes sure the dog sniffs him first. This is a dog's way of getting to know a person. The dog feels safe and allows Nicky to lift the fur up that is covering his eyes. He sees sad, lonely eyes. The dog's caretaker tells Nicky this dog was alone for a long time. He was found wandering in the streets of a town nearby.

"Mommy, can we take him home?" Nicky asks. "No honey. We already have two dogs." his mom says.

"What about Uncle Dan? Maybe he would like to rescue him." Nicky says. Nicky and his mom call Uncle Dan and ask him if he'd like to meet them at the pet store before going to the Pizza Parlor. Uncle Dan agrees.

Each year, approximately 3-4 **million** dogs and cats are put to sleep in animal shelters across the United States.

Uncle Dan arrives at the pet store.

He loves dogs. He sees the little white dog and slowly walks over to his cage. He knows that rescue dogs need special care and handling because many of them have been in very scary places and situations.

Only 15-20% of dogs who are brought to animal shelter are returned to their owners.

After getting permission from the caretaker, Uncle Dan reaches into the cage and picks up the little white dog.

"It's ok, little guy. I won't hurt you." he says. Uncle Dan already has a dog but thinks that his dog Perris would like to have a friend to play with. He also thinks that this little white dog has special needs and that he may have a difficult time finding a home.

Many dogs and cats are brought in by owners who adopted them from a shelter.

Uncle Dan brings the little white dog home. He decides to name him Bacchus.

Bacchus is very dirty because he has been out on the streets and no one had been taking care of him. Uncle Dan gives him a bath.

Bacchus is frightened at first but then realizes how good it feels to get a bath and to be clean. Nicky is also there and watches as all of the dirt washes off of Bacchus.

Nicky says, "Wow! He really was dirty. I bet he feels better being clean."

Approximately 5 out of every 10 dogs sent to an animal shelter will be put to sleep.

"Uncle Dan, I want to play with him but he is hiding." Bacchus does not know what to do in his new house.

He is in a new environment and unsure of his new owner. He is hiding under a chair and shaking. "You must be patient Nicky," Uncle Dan says. "We have to give him space and time in order to trust us and feel secure."

He also needs to be able to explore his new surroundings on his own. We can talk to him nicely and praise him so he will feel loved and confident. We need to let him come to us when he feels comfortable to do so. Once he feels at ease we can teach him the rules of our house after we earn his trust."

Pets brought to animal shelters have been found more likely to be more healthy, younger, and mixed bred than pets kept in homes.

Perris, Uncle Dan's other dog comes into the room. She can sense how scared Bacchus is. She is a very nice dog and wants to make Bacchus feel comfortable and at home.

She walks over to where he is hiding. After a little while, Bacchus sticks his nose out and starts to sniff her. He seems to trust Perris. "Let's see if these two dogs get along and can be friends!" Uncle Dan says. "I think Perris will be a good friend for Bacchus. She is a rescue dog too; and she's learned to be very well-behaved."

There are 5 times as many homeless animals as there are homeless people.

Bacchus is still frightened but he shyly comes out of his hiding spot. Perris shows him around the house and plays with him.

Another main reason pets are brought to shelters is landlord issues.

The two new friends begin to walk around the house together and explore Bacchus' new surroundings.

After several days Perris and Bacchus have become best friends. They love to run around the house, chase balls outside and sleep together in the same bed.

People who brought animals to shelters have been found to more likely to be men and younger than 35 years old.

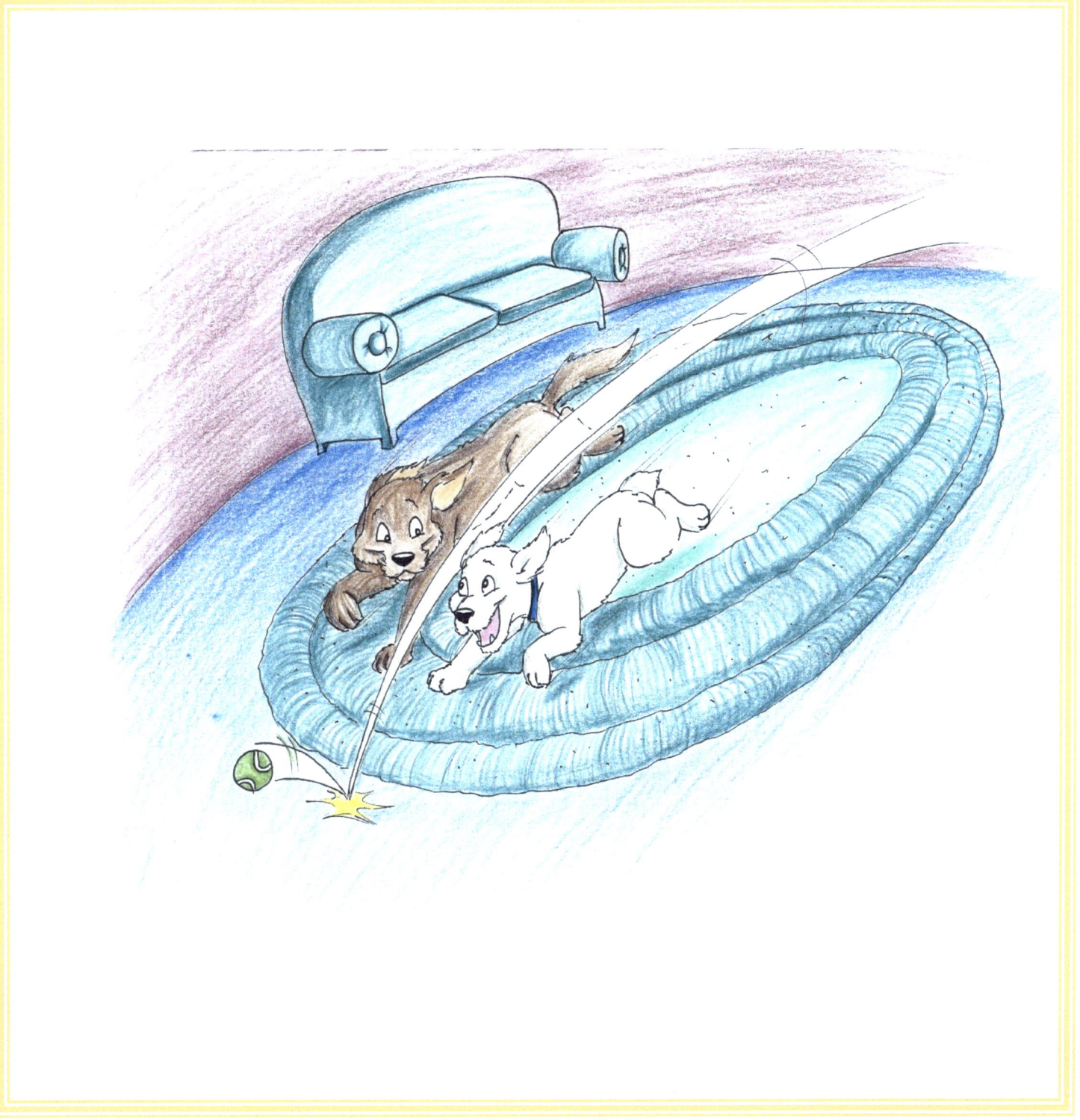

Bacchus has also adjusted to Uncle Dan.
The little white dog realizes that he is loved
and that he will not be alone anymore.
He is very happy and feels secure.

Spaying or neutering a pet would significantly reduce the number of homeless and abandoned animals.

Adopting a rescue dog helps abandoned pets find homes instead of staying lost and alone. When they are lost and alone they become very unhealthy and many don't live very long in those conditions.

Some people have many dogs that they adopt; but they can't take care of all of the dogs that need homes. There are hundreds of thousands of animals that have been abandoned and need placement. Knowing that you are giving an animal who is all alone a new home with a loving family is a very special and wonderful thing to do.

Approximately twice as many animals enter shelters as strays or abandoned compared to the number that are brought in by their owners.

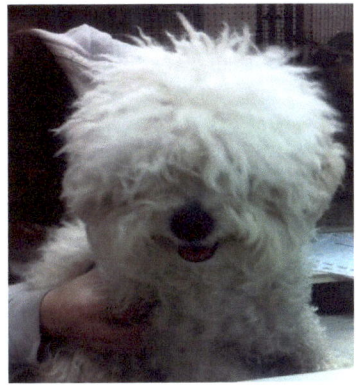
Bacchus as he was found

Bacchus now

Perris

Bacchus & Perris

Bacchus & Perris

Our other baby, Max

Our furry kids

Loving Animal Rescue Books is an organization committed to raising money to support animal rescue centers through the sale of educational children's books that allow for a better understanding of the animal adoption process. Our organization donates a portion of the sale of our books to humane societies and animal rescue centers.

We will post the amount donated to animal rescue centers once a year on our website.

For more information please visit:

www.lovinganimalrescuebooks.com

Greetings from Daniel & Vera

Both of us have had animals as part of our family all of our lives. We believe they are one of nature's greatest gifts and enrich the lives of their caretakers. Please join our cause by donating to your local humane societies and rescue centers, or buying products of organizations who support animal adoption.

Thank You!

Suggestions for adapting a rescue pet to your family and your home:

*New pets need patience and consistency. Adult supervision helps build trust in each pet's new home and teaches children how to interact with them. New owners should plan to have more hours at home in the beginning of adoption periods to establish a bond and a trust. This trust will allow pets to feel confident, welcome, and secure. Your pet wants to please, and taking things slowly will assure your pet will be comfortable with you and your family.

* Reinforce commands that you choose by focusing on tone and volume; both need to be consistent. Disciplinary words need sharper tone while loving words are soft and sweet, like you use with children. Exercise your pet by interacting with him or her. Walking a dog is a bonding experience for example. Praise your pet repeatedly to match good behavior to maximum attention, and bad behavior to a scold with little to no attention.

* The first time your new pet enters your home, allow exploration of their senses of smell and with layout. A quiet house is a good start, but normal noise levels are important for them to experience. Advise

children to let pets explore surroundings with and without interaction; make it into a game of watching if that works.

* Chasing and grabbing need to be avoided, especially in the beginning of the process. This avoids making a pet feel trapped or cornered. Minimize contact until pets become calm and submissive. Pets gain confidence and trust with freedom, consistency, and love. Pets will reward your family by starting to approach humans on their own, with love and affection as your reward. **That is the goal.**

* In the beginning of the process, sit with your family all in one place quietly; your pet will find you. When your pet approaches, simply greet them and observe their reaction to your words. If the interaction goes well and you see a happy face, praise them many times with the same words. "Good boy" or Good girl" are very common and easy to remember, but follow the phrase with the name you chose for your pet.

* Let pets come to you and your child repeatedly, but at their own choosing. Use the experiences of your pet coming to you as a means of teaching your children how to pet and how to touch. It's important to avoid abrupt touching and handling, so use a graceful approach, like it's dancing. You will know how and where the animal likes to be touched by observing their eyes and demeanor as you touch them. It may seem obvious, but avoid threatening gestures, which are generally, sudden gestures. Talk about gentleness and kindness; the best

practices for life and one of the benefits of children learning how best to treat their pets. When your kids interact with pets gently, **praise both your dog and your child**.

* With dogs, avoid staring at their faces or directly into their eyes as this is how dogs challenge each other to fight. This is one of the biggest challenges, especially when the height of the child is equal or less than the height of the dog's eyes. Dogs can instinctively bite when threatened and won't always distinguish between a small child and a dog.

* Your pet's instincts do not allow them to distinguish what is theirs and what is yours. Introduce your pet to their toys by bringing them and laying them in front of their bodies. When they play with their toys, use playful, pleasant language to praise positive behavior. In contrast, use a stern voice to scold when pets play with a toy that isn't theirs and take it away, placing it out of their sight. It is important to supervise the dog when 'toys' are obtainable and allow them to learn to avoid them **the first time** they encounter them**.** If pets don't learn the toy permissions the first time, they will assume an object is their toy. In other words, they won't detach from the association that your shoe is an acceptable toy for them if you don't prevent it from being learned during the first encounter.

* Toys are designed to enhance a pet's life, and some even vary by the breed they're designed to entertain. Choose your pet's toys wisely; the less they resemble your shoes and your children's toys, the better. Good toys are characterized by coatings or material that's not consumable such as tennis balls, hard rubber toys, and Nyla bones. Some pets love playing with stuffed animals and you'll know by experimenting with just one. If your pet destroys and consumes pieces of the stuffed animal, it's best to avoid those as toys for that pet. Just be aware that toys can affect health.

*Do not give the dog rawhides or bones around the children. There are many different opinions on rawhide toys. One belief is that dogs instinctively protect such toys and may react to humans differently when approached. Family pets are too often thought of as human, not animal. Pet aggression towards humans always has a reason, so teach yourself and your kids to be cautious.

www.ingramcontent.com/pod-product-compliance
Lightning Source LLC
Chambersburg PA
CBHW041534040426
42446CB00002B/84